પરિચય

હું પાકિસ્તાનથી આવી છું.
બ્રિટનમાં પાકિસ્તાની લોકોની વસ્તી ઘણી છે.
જે લોકો અહિં (બ્રિટનમાં) સ્થાયી થયા છે તેઓને
ઘણી મુશકેલીઓનો સામનો કરવો પડે છે.
તેઓના બાળકોનો ઉછરે અહિં થયો હોવાના કારણે
લગ્ન બાબતે મુશકેલી થતી હોય છે.
ખરેખર, આ નાજુક અને ગંભીર બાબત છે અને
તેના પ્રતિ વધારે ધ્યાન આપવાની જરૂર છે.
પરંતુ આપણે આ બાબતે પૂરતો વિચાર કરતાં નથી.
મારા સમાજની કોઈપણ વ્યકિત માટે આવા
વિવાદાસ્પદ વિષય અંગે વાતચીત કરવી
સરળ નથી. પરંતુ આ લખાણ દ્વારા હું આ વિષય
અંગે વાતચીત કરવા માંગુ છુ કારણ કે, આવી
સમસ્યાનો નિકાલ લાવવો જરૂરી છે. હું આપ સર્વેને
પણ આ બાબતે કાળજીપૂર્વક વિચાર કરવાનું
સૂચન કરું છું. આપ આ સમસ્યાનો કદાચ
વધુ સારી રીતે ઉકેલ લાવી શકશો.

તસલીમ કૌશર

Mr and Mrs Hameed
came to England in 1970.
Their three daughters,
Rizwana, Sitara and Maliha
were born here.
They were brought up here
and were very broad-minded.

શ્રીમાન તથા શ્રીમતી હમીદ
૧૯૭૦ ની સાલમાં ઇન્ગલેન્ડમાં આવ્યાં.
તેઓની ત્રણ પુત્રીઓ - રીઝવાના,
સિતારા અને માલિહાનો જન્મ અહિં
બ્રિટનમાં થયો હતો. તેઓનો ઉછેર
અહિં થયો હતો અને તેઓ ખૂબજ
ખુલ્લા મનની હતી.

Mr and Mrs Hameed tried their best
to please
their beloved daughters.
Maliha, being the youngest,
was dearest to all of them
and they called her "Dolly".

શ્રીમાન તથા શ્રીમતી હમીદે તેઓની પ્રિય પુત્રીઓને ખુશ રાખવા માટે કોઈ બાબતની ક્યાશ રાખી હતી નહિ. માલિહા સૌથી નાની હોવાથી સૌને વહાલી હતી. તેઓ તેને પ્યારથી ''ડોલી'' કહીને બોલાવતા.

Maliha had very strong will-power.
At the same time,
she cared about her parents
very much.

માલિહા ખૂબજ દ્રઢનિશ્ચયી હતી.
તે પોતાના માતાપિતાનું પણ
ખૂબજ ધ્યાન રાખતી હતી.

Since her childhood,
Sitara, the middle one,
was a bit stubborn
and she always got
whatever she wanted.
She didn't think
about other people's feelings.

તેઓની વચેટ પુત્રી સિતારા, બચપણથી જ થોડી જીદી હતી અને જે વસ્તુઓ જોઇતી હોય તે મેળવીને જ જંપતી.
તે અન્ય લોકોની લાગણીઓની પરવા કરતી નહિ.

Rizwana was different
from her other two sisters.
She was more ready
to do as she was told.
She never wanted
her parents to be hurt.
She was more sensitive.

રીઝવાના તેની બંને બહેનો
કરતાં સ્વભાવમાં અલગ હતી.
તે ખૂબજ કહ્યાગરી હતી.
તે તેના માતાપિતા દુઃખી થાય
તેમ ઇચ્છતી ન હતી.
તે વધારે લાગણીશીલ હતી.

Before long,
the three of them were grown up.
They did not know much about
their own Asian culture.
So, Mr and Mrs Hameed decided
to marry their daughters
to their relatives living in Pakistan.
They hoped to bring them back
to their own culture.

જોતજોતામાં તેઓ મોટી થઈ ગઈ. પરંતુ પોતાની એશિયન સંસ્કૃતિ વિષે તેઓનું જ્ઞાન ઓછું હતું. આથી તેઓએ પોતાની પુત્રીઓનાં લગ્ન પાકિસ્તાનમાં રહેતાં તેઓનાં સંબંધીઓનાં પુત્રો સાથે કરવાનું નક્કી કર્યું.
તેઓ પોતાની પુત્રીઓ પોતાની સંસ્કૃતિને જાળવી રાખે તેમ ઇચ્છતાં હતાં.

But when the parents talked
to their daughters,
about marrying their cousins
they were not willing to do so.

પરંતુ માતાપિતાએ તેઓની
પુત્રીઓને તેઓનાં પિતરાઈઓ
સાથે લગ્ન કરવાની વાત કરી
ત્યારે છોકરીઓની ઇચ્છા પિતરાઈઓ
સાથે લગ્ન કરવાની હતી નહિ.

At last, they made it clear to Rizwana
that she had to get married
to one of her cousins, called Fareed.
So, Rizwana got married in Pakistan
and her husband soon got a visa.
He came over to England to join her.
However, Rizwana and Fareed
could not get on together
and their marriage broke down
after a year.

આખરે, તેઓએ રીઝવાનાને સ્પષ્ટ વાત કરી કે, તેણે તેના પિતરાઈ ફરીદ સાથે લગ્ન કરવા પડશે. આથી રીઝવાનાનાં લગ્ન પાકિસ્તાનમાં કર્યા અને તેના પતિને તરત જ વિઝા મળી ગયા. ફરીદ અહિ બ્રિટનમાં તેની સાથે રહેવા આવી ગયો. રીઝવાના અને ફરીદને એકબીજા સાથે ફાવ્યું નહિ, આથી એક વર્ષ બાદ લગ્નજીવનનો અંત આવ્યો.

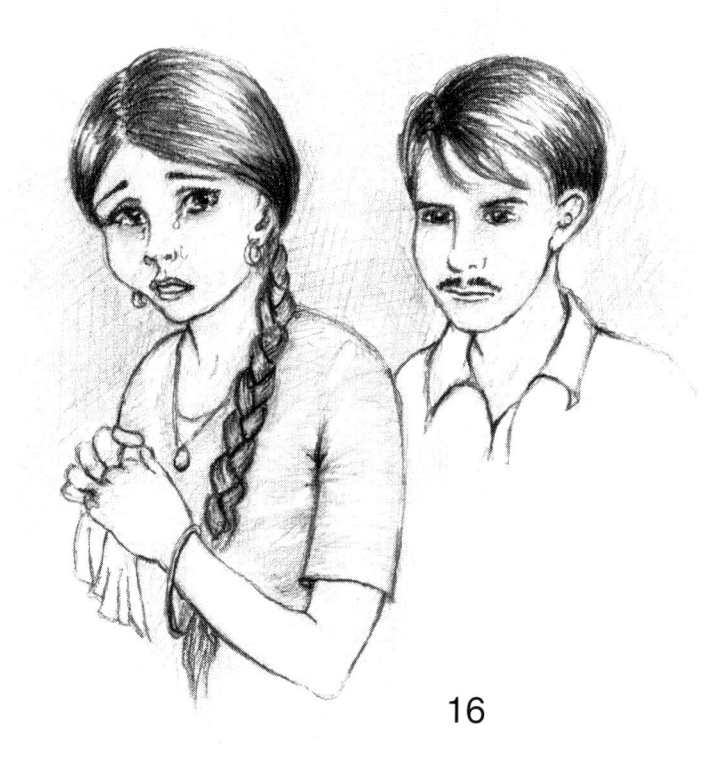

Everyone was upset.
They hadn't recovered
from this bad news
when they heard more shocking news.
Sitara had got married
to a Pakistani boy of her own choice
in England.
When Mr Hameed heard about it,
he said,
"She is dead to us from now on."

સૌ હતાશ થઈ ગયેલાં. હજુ તો તેઓ આ દુઃખદ સમાચારને વિસરે ત્યાં તો તેઓએ બીજા આઘાતજનક સમાચાર સાંભળ્યા. સિતારાએ પોતાની પસંદગીનાં પાકિસ્તાની છોકરા સાથે ઈન્ગલેન્ડમાં લગ્ન કરી લીધા. શ્રીમાન હમીદે આ સમાચાર સાંભળતાં જ કહ્યું, "આપણા માટે તે મરી ચૂકી છે."

The first few months
of Sitara's married life
were fantastic.
But, sadly, after a while,
she too could not get on with her husband.
She got a separation from him.

સિતારાનાં લગ્નજીવનનાં
શરૂઆતનાં થોડા મહિનાઓ
ખૂબજ સુંદર હતાં.
પરંતુ તેને તેના પતિ
સાથે ફાવ્યું નહિ.
તે તેના પતિથી
અલગ થઈ ગઈ.

Now, Sitara was feeling very lonely
and she was depressed.
She was cut off from her family.
She could not blame anyone
for being responsible
for the failure of her marriage.
She knew very well
that there was no place for her
in her parents' house now.

સિતારાને એકાંત સાલવા માંડયું અને
તે હતાશ થઈ ગઈ.
તેનો પરિવાર સાથેનો સંબંધ કપાઇ
ચૂકયો હતો. પોતાના લગ્નજીવનની
નિષ્ફળતા માટે તે કોઈનો
દોષ કાઢી શકે નહિ.
તેના માતાપિતાનાં ઘરમાં તેનું
કોઈ સ્થાન નથી, તે બાબતથી
પોતે પૂરેપૂરી વાકેફ હતી.

Now Mr and Mrs Hameed were worried
about Maliha's wedding.
Maliha was aware of this.
She told them what she felt
in a letter.

શ્રીમાન તથા શ્રીમતી હમીદ મલિહાનાં લગ્ન વિષે ચિંતિત હતા. મલિહા આ બાબતથી વાકેફ હતી. તેણે માતાપિતાને પોતાના વિચારો પત્રમાં લખીને જણાવ્યા.

Dear Mama and Papa,

I have felt your worry.
Marriage is for life.
It is my life.
Please let me choose my partner.
I am the one
who will have to live with him.
I don't want to be forced into marriage
like my eldest sister, Rizwana.
I will not get married secretly, like Sitara.
I will not let you down.
Please let me choose.

Yours,

Dolly

આદરણીય માતાપિતા,

હું આપની ચિંતાથી વાકેફ છું.
લગ્નનો સંબંધ જીવનભર માટે છે.
આ મારું જીવન છે.
મારી રીતે જીવનસાથી પસંદ
કરવાની હું આપને વિનંતી કરું છું.
કારણ કે, મારે તેની સાથે જીવન
ગુજારવાનું છે. હું મારી મોટી બહેન
રીઝવાનાની જેમ દબાણથી લગ્ન કરવા
માંગતી નથી. હું સિતારાની માફક
ચોરીછૂપીથી લગ્ન કરીશ નહિ. હું
આપની આબરૂ જાળવી રાખીશ.
કૃપા કરી, મને મારો સાથી
પસંદ કરવા દેશો.

આપની

ડોલી

When Mrs Hameed found that letter,
she went to her husband
with tears in her eyes.
When Mr Hameed read the letter
he said,
"Dolly, we really don't want to hurt you.
We will arrange your marriage
according to your wish."

શ્રીમતી હમીદને પત્ર મળ્યો ત્યારે તેઓ અશ્રુભીની આંખે પતિ પાસે ગયા. શ્રીમાન હમીદે પત્ર વાંચ્યો ત્યારે તેઓએ કહ્યું, "ડોલી, અમે તને દુઃખી જોવા માંગતા નથી. અમે તારી ઈચ્છા અનુસાર લગ્નની વ્યવસ્થા કરીશું."

There is a way
between forced and love marriages.
That is a marriage
arranged by both the parents
and the children together.
If the parents and the children
discuss their opinions
and share their thoughts
with each other
then they can have
the best of both worlds.

દબાણથી કરાવવામાં આવતા લગ્ન તથા પ્રેમલગ્નથી અલગ એક બીજો વચલો અને સરળ માર્ગ છે. માતાપિતા અને બાળકોની સહમતિ સાથે ગોઠવાયેલાં લગ્ન સફળ બની શકે. જો માતાપિતા અને બાળકો પોતાના અભિપ્રાયો અને વિચારોની ચર્ચા કરે અને એકબીજાને જણાવે તો સૌને લાભ થઈ જાય અને બંને પક્ષે બેડો પાર થયો કહેવાય!

Gatehouse Books

Gatehouse is a unique publisher.

Our writers are adults who are developing their basic reading and writing skills. Their ideas and experiences make fascinating material for any reader, but are particularly relevant for adults working on their reading and writing skills. The writing strikes a chord – a shared experience of struggling against many odds.

The format of our books is clear and uncluttered. The language is familiar and the text is often line-broken, so that each line ends at a natural pause.

Gatehouse books are both popular and respected within Adult Basic Education throughout the English speaking world. They are also a valuable resource within secondary schools, Special Needs Education, Social Services and within the Prison Education Service and Probation Services.

Booklist available

Gatehouse Books
Hulme Adult Education Centre
Stretford Road
Manchester M15 5FQ
Tel/Fax: 0161 226 7152
E-mail: office@gatehousebooks.org.uk
Website: www.gatehousebooks.org.uk

The Gatehouse Publishing Charity is a registered charity reg. no. 1011042
Gatehouse Books Ltd., is a company limited by guarantee, reg. no. 2619614